Impressum
Verlag: BABADADA GmbH, Nedderfeld 112 , 22529 Hamburg
Geschäftsführer / Verlagsleitung: Harald Hof
Druck: Books on Demand GmbH, In de Tarpen 42, 22848 Norderstedt

Imprint
Publisher: BABADADA GmbH, Nedderfeld 112 , 22529 Hamburg, Germany
Managing Director / Publishing direction: Harald Hof
Print: Books on Demand GmbH, In de Tarpen 42, 22848 Norderstedt, Germany

trường học

школа

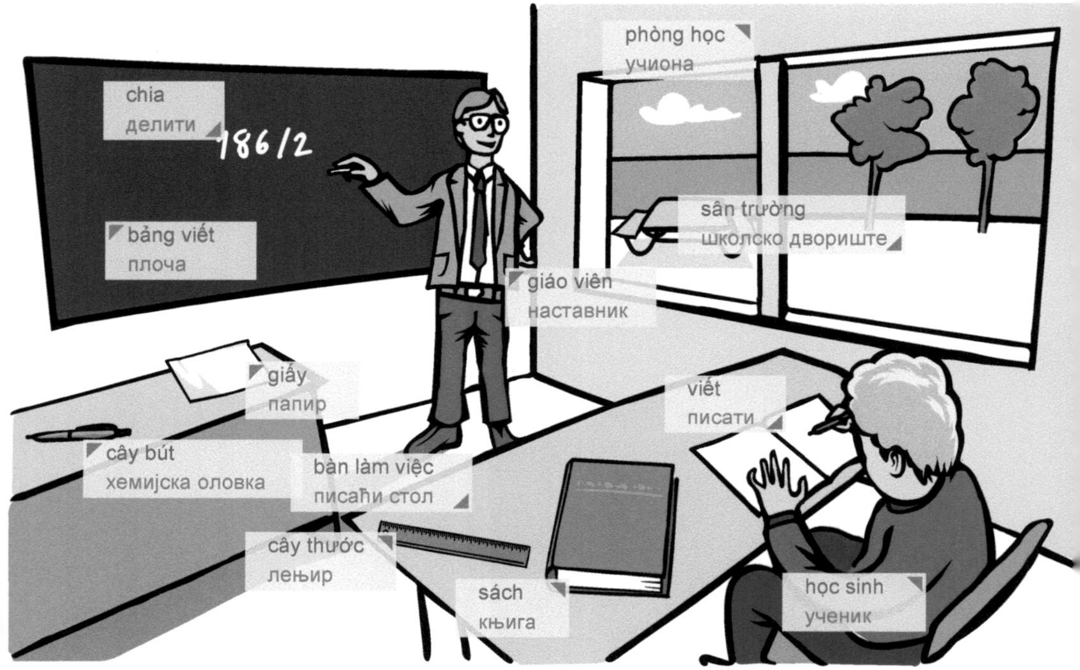

phòng học
учиона
chia
делити
186/2
bảng viết
плоча
sân trường
школско двориште
giáo viên
наставник
giấy
папир
viết
писати
cây bút
хемијска оловка
bàn làm việc
писаћи сто
cây thước
лењир
sách
књига
học sinh
ученик

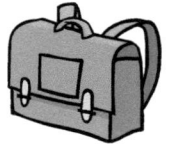

cặp đeo vai học sinh

торба

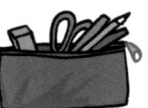

hộp đựng bút

перница

bút chì

графитна оловка

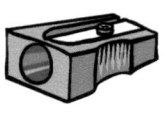

cái gọt bút chì

шиљило за оловке

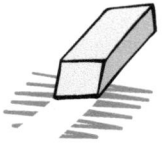

cục tẩy

гумица за брисање

tập giấy vẽ

блок за цртање

bản vẽ

цртеж

cọ vẽ

кист

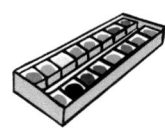

hộp mực vẽ

кутија са бојама

cây kéo

маказе

keo dán

лепило

sách bài tập

бележница

bài tập ở nhà

домаћи задатак

số

број

cộng

сабирати

trừ

одузимати

nhân

множити

tính toán

рачунати

chữ cái

слово

bảng chữ cái

абецеда

từ

реч

văn bản

текст

đọc

читати

phấn viết

креда

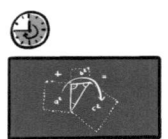

bài học

час

sổ lớp

дневник

thi kiểm tra

испит

chứng chỉ

сведочанство

đồng phục học sinh

школска униформа

giáo dục

образовање

từ điển bách khoa

лексикон

đại học

универзитет

kính hiển vi

микроскоп

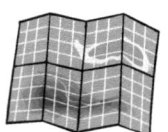

bản đồ

карта

thùng rác giấy

кошара за папир

du lịch
путовање

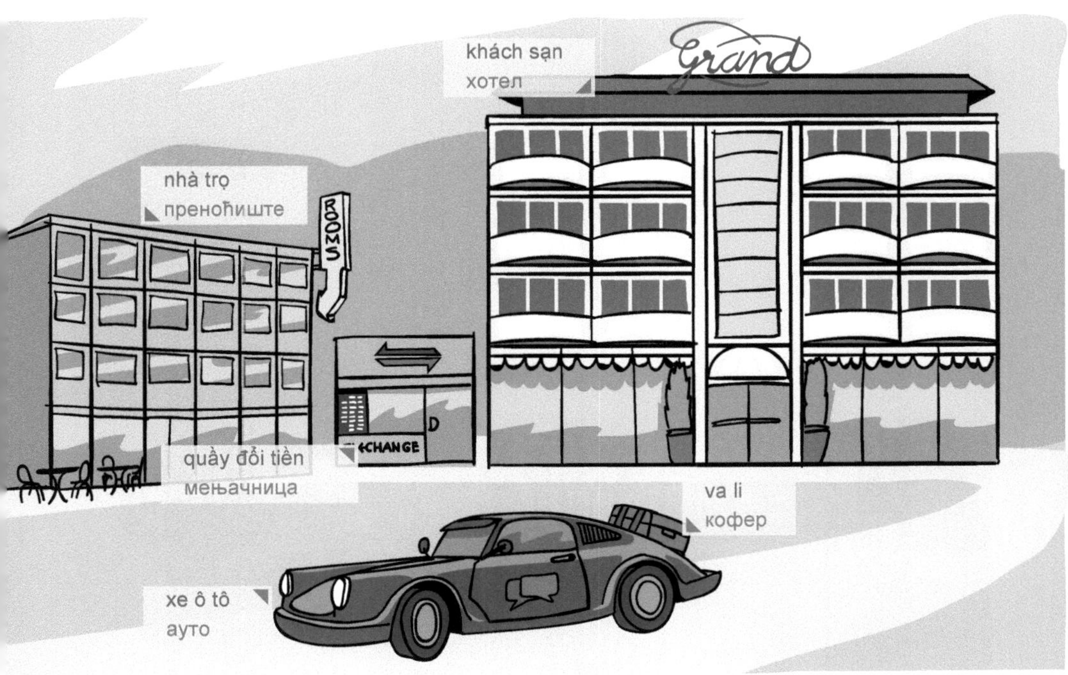
khách sạn
хотел
Grand
nhà trọ
преноћиште
ROOMS
quầy đổi tiền
мењачница
va li
кофер
xe ô tô
ауто

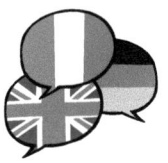

ngôn ngữ

језик

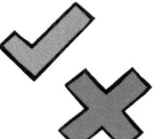

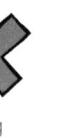

có / không

да / не

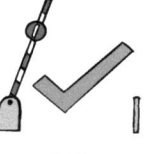

ô kê

океј

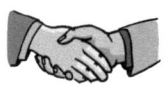

Xin chào

здраво

thông dịch viên

преводилац

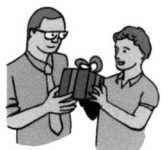

cám ơn

хвала

... bao nhiêu tiều?

Колико кошта...?

tôi không hiểu

не разумем

vấn đề

проблем

Xin chào! (buổi tối)

добро вече!

xin chào! (buổi sáng)

Добро јутро!

chúc ngủ ngon!

Лаку ноћ!

tạm biệt

довиђења

hướng đi

смер

hành lý

пртљага

túi xách

торба

túi ba lô

руксак

khách

гост

phòng

соба

túi ngủ

врећа за спавање

lều

шатор

thông tin du lịch

туристичке информације

bãi biển

плажа

thẻ tín dụng

кредитна картица

ăn sáng

доручак

ăn trưa

ручак

ăn tối

вечера

vé xe

карта за вожњу

thang máy

лифт

tem bưu điện

поштанска маркица

biên giới

граница

hải quan

царина

đại sứ quán

амбасада

thị thực

виза

hộ chiếu

пасош

vận chuyển

транспорт

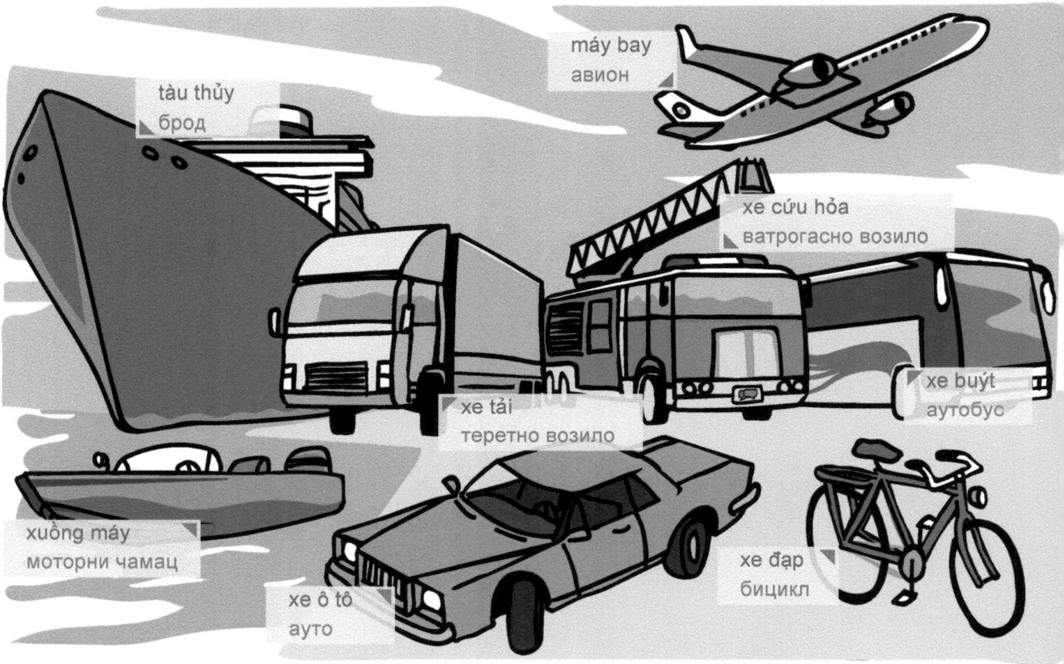

máy bay
авион
tàu thủy
брод
xe cứu hỏa
ватрогасно возило
xe buýt
аутобус
xe tải
теретно возило
xuồng máy
моторни чамац
xe đạp
бицикл
xe ô tô
ауто

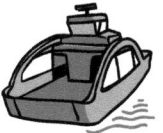

phà

трајект

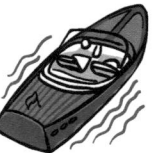

xuồng

чамац

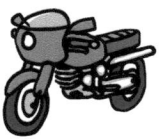

xe máy

мотоцикл

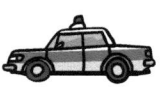

xe cảnh sát

полицијски ауто

xe đua

тркаħи ауто

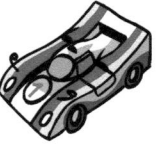

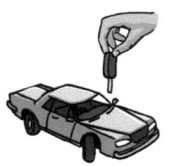

xe cho thuê

изнајмљено ауто

dịch vụ thuê xe tự lái

дељење аутомобила

xe kéo cứu hộ

вучно возило

xe rác

возило за одвоз смећа

động cơ

мотор

xăng

бензин

trạm xăng

бензинска станица

biển báo giao thông

саобраћајни знак

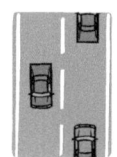

giao thông

саобраћај

ách tắc giao thông

застој

bãi đậu xe

паркиралиште

nhà ga

железничка станица

đường ray

шине

xe lửa

воз

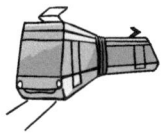

tàu điện

трамвај

toa xe

вагон

vận chuyển - транспорт

máy bay trực thăng

хеликоптер

sân bay

аеродром

tháp

кула

hành khách

путник

côngtenơ

контејнер

thùng các-tông

картон

xe đẩy

колица

cái giỏ

корпа

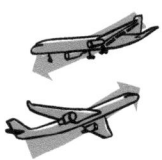

cất cánh / hạ cánh

узлетети / слетети

thành phố

град

làng

село

trung tâm thành phố

центар града

nhà

кућа

rạp chiếu phim
кино

quảng cáo
реклама

đèn đường
улична светиљка

đường phố
улица

taxi
такси

quán ăn nhẹ
киоск

người đi bộ
пешак

vỉa hè
тротоар

phần đường có vạch cho người đi bộ
пешачки прелаз

thùng rác lớn
контејнер за отпад

ngã tư giao thông
раскрсница

đèn hiệu giao thông
семафор

CINEMA

nhà chòi

колиба

căn hộ

стан

nhà ga

железничка станица

tòa thị chính

већница

viện bảo tàng

музеј

trường học

школа

đại học

универзитет

ngân hàng

банка

bệnh viện

болница

khách sạn

хотел

hiệu thuốc

апотека

văn phòng

канцеларија

hiệu sách

књижара

cửa hiệu

продавница

cửa hiệu bán hoa

цвећара

siêu thị

супермаркет

chợ

трг

cửa hàng bách hóa

робна кућа

người bán cá

рибарница

trung tâm mua bán

трговачки центар

bến cảng

лука

công viên

парк

ghế băng

клупа

cầu

мост

cầu thang

степенице

tàu điện ngầm

подземна железница

đường hầm

тунел

trạm xe buýt

аутобуска станица

quán bar

бар

khách sạn

ресторан

hòm thư công cộng

поштанско сандуче

bảng hiệu đường

улични знак

đồng hồ đậu xe

паркирни аутомат

vườn bách thú

зоолошки врт

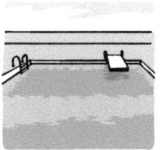

bể bơi

базен

nhà thờ Hồi giáo

џамија

nông trại

сеоско газдинство

ô nhiễm môi trường

загађење околине

nghĩa trang

гробље

nhà thờ

црква

sân chơi

игралиште

ngôi đền

храм

phong cảnh
пејзаж

lá cây
лист

bảng chỉ đường
путоказ

lối đi
пут

bãi cỏ
ливада

hòn đá
камен

cây
дрво

người đi bộ đường dài
шетач

sông
река

cỏ
трава

bông hoa
цвет

thung lũng

долина

đồi

планина

hồ nước

језеро

rừng

шума

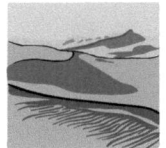

sa mạc

пустиња

núi lửa

вулкан

lâu đài

дворац

cầu vồng

дуга

nấm

гљива

cây cọ

палма

con muỗi

москито

con ruồi

мува

con kiến

мрав

con ong

пчела

con nhện

паук

bọ cánh cứng

буба

con ếch

жаба

con sóc

веверица

con nhím

јеж

con thỏ

зец

con cú

сова

con chim

птица

thiên nga

лабуд

heo rừng

дивља свиња

con hươu

јелен

nai sừng tấm

лос

đê

насип

tuabin gió

ветрењача

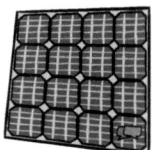

tấm năng lượng mặt trời

соларна плоча

khí hậu

клима

bồi bàn
конобар

thực đơn
јеловник

ghế
столица

súp
супа

bánh pizza
пица

bộ dao nĩa ăn
прибор за јело

khăn trải bàn
столњак

món ăn khai vị

предјело

món ăn chính

главно јело

món tráng miệng

десерт

thức uống

напитци

thức ăn

јело

cái chai

флаша

thức ăn nhanh

брза храна

thức ăn đường phố

имбис храна

ấm trà

чајник

hộp đường

доза за шећер

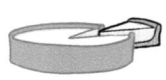

khẩu phần

порција

máy pha espresso

апарат за еспресо

ghế cao

висока столица

hóa đơn

рачун

khay

послужавник

dao

нож

nĩa

виљушка

thìa

кашика

thìa uống trà

чајна кашика

khăn ăn

салвета

cốc thủy tinh

чаша

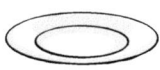

đĩa

тањир

đĩa súp

тањир за супу

đĩa lót cốc

тањириђ

nước sốt

сос

lọ muối

сољенка

cái xay tiêu

млин за бибер

giấm

сирђе

dầu

уље

gia vị

зачини

nước xốt cà chua

кечап

tương hạt cải

сенф

nước sốt mayonnaise

мајонеза

siêu thị

супермаркет

chào giá đặc biệt
понуда
FOR
khách hàng
купац
sản phẩm từ sữa
млечни производи
trái cây
воће
xe đẩy mua sắm
колица за куповину

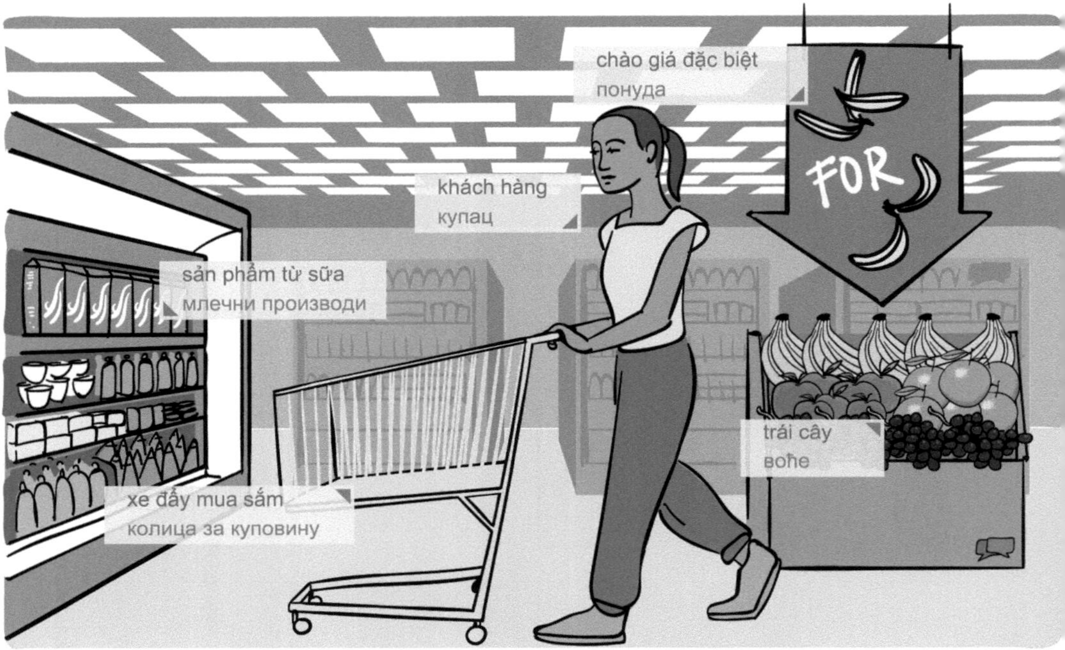

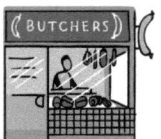

BUTCHERS

lò mổ

месница

BAKERY

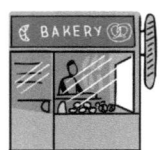

cửa hiệu bán bánh mì

пекара

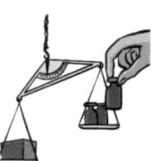

cân nặng

вагати

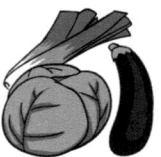

rau quả

поврће

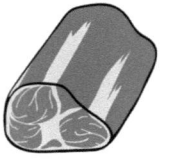

thịt

месо

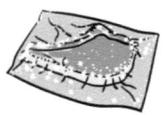

thức ăn đông lạnh

смрзнута храна

lát thịt nguội

нарезак

đồ hộp

конзерве

bột giặt

средство за прање

đồ ngọt

слаткиши

sản phẩm dùng trong gia đình

артикли за домаћинство

chất tẩy rửa

средства за чишћење

người bán hàng

продавачица

quầy trả tiền

благајна

nhân viên thu ngân

благајник

danh sách mua sắm

листа за куповину

giờ mở cửa

време рада

ví tiền

новчаник

thẻ tín dụng

кредитна картица

túi đeo

торба

túi ny lông

пластична кеса

nước

вода

nước quả ép

сок

sữa

млеко

coca-cola

кола

rượu vang

вино

bia

пиво

cồn

алкохол

cacao

какао

trà

чај

cà phê

кава

espresso

еспресо

cappuccino

капучино

chuối

банана

quả táo

јабука

quả cam

наранџа

dưa hấu

лубеница

chanh

лимун

cà rốt

шаргарепа

tỏi

бели лук

tre

бамбус

củ hành

лук

nấm

гљива

hạt dẻ

орашасти плодови

mì

резанци

mì spaghetti

шпагете

cơm

рижа

xà lách

салата

khoai tây chiên

помфрит

khoai tây chiên

печени крумпир

bánh pizza

пица

bánh hamburger

хамбургер

bánh mì sandwich

сендвич

thịt côtlet

шницла

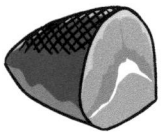

thịt giăm bông

шунка

xúc xích

салама

dồi

кобасица

gà

кокош

rán

печење

cá

риба

thức ăn - jeлo

cháo yến mạch

зобене пахуљице

cháo muesli

мусли

bánh bột ngô nướng

кукурузне пахуљице

bột mì

брашно

bánh sừng bò

кроасан

bánh mì

пециво

bánh mì

хлеб

bánh mì nướng

тоаст

bánh bích quy

кекси

bơ

маслац

sữa đông

свежи сир

bánh ngọt

колач

trứng

jaje

trứng rán

jaje на око

pho mát

сир

kem

сладолед

đường

шећер

mật ong

мед

mứt

мармелада

kem nougat

нугат крема

cà ri

кари

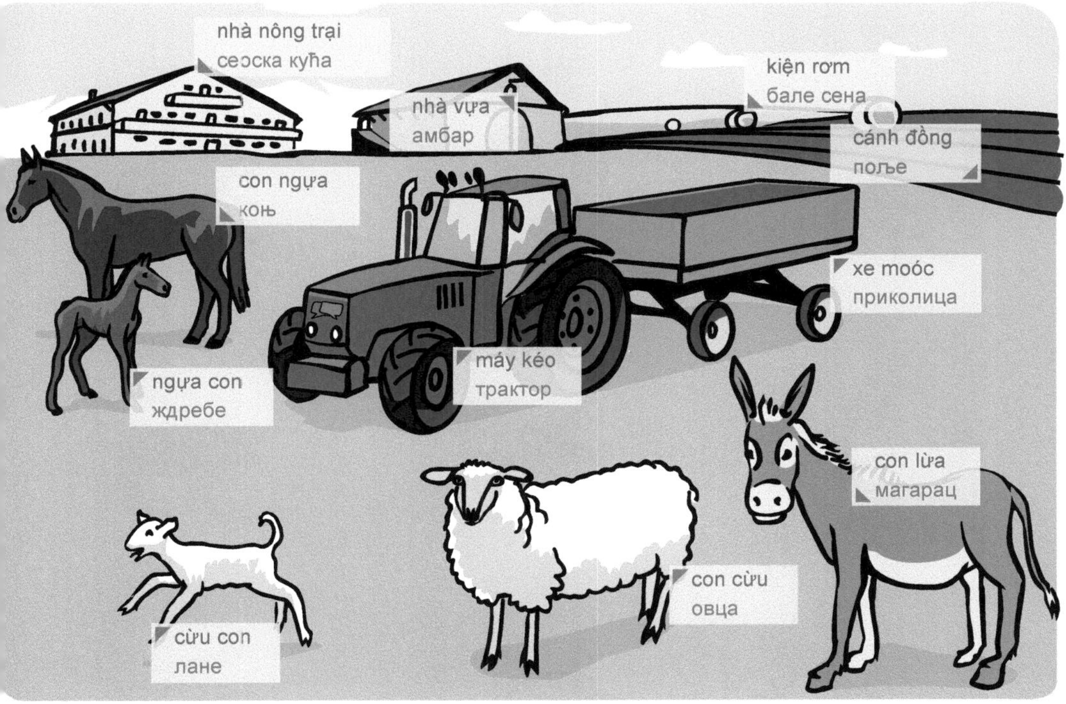

nhà nông trại
сеоска кућа

kiện rơm
бале сена

nhà vựa
амбар

cánh đồng
поље

con ngựa
коњ

xe moóc
приколица

máy kéo
трактор

ngựa con
ждребе

con lừa
магарац

con cừu
овца

cừu con
лане

con dê

коза

con bò

крава

con bê

теле

con lợn

свиња

lợn con

прасе

bò đực

бик

con ngỗng

гуска

con vịt

патка

gà con

пилићи

gà mái

кокош

gà trống

петао

con chuột

пацов

mèo

мачка

chuột nhắt

миш

bò đực

вол

con chó

пас

nhà chuồng chó

кућица за пса

ống tưới vườn cây

вртно црево

thùng tưới cây

канта за поливање

lưỡi hái

коса

cái cày

плуг

cái liềm

срп

cái cuốc

мотика

cái chĩa

виљушка за ђубриво

cái rìu

секира

xe cút kít

тачке

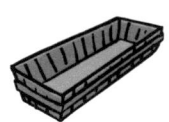

máng ăn

корито

lọ sữa

посуда за млеко

bao tải

врећа

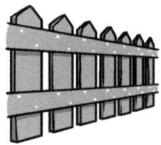

hàng rào

ограда

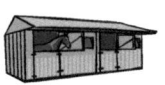

chuồng

штала

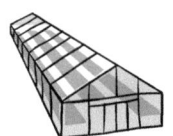

nhà kính trồng cây

стакленик

đất trồng

земља

hạt giống

семе

phân bón

ђубриво

máy gặt đập liên hợp

комбајн

thu hoạch

жети

mùa thu hoạch

жетва

khoai lang

јамс зачин

lúa mì

пшеница

đậu nành

соја

khoai tây

крумпир

ngô

кукуруз

hạt cải dầu

уљана репица

cây ăn trái

воћка

sắn

гомољ маниоке

ngũ cốc

житарице

nhà
кућа

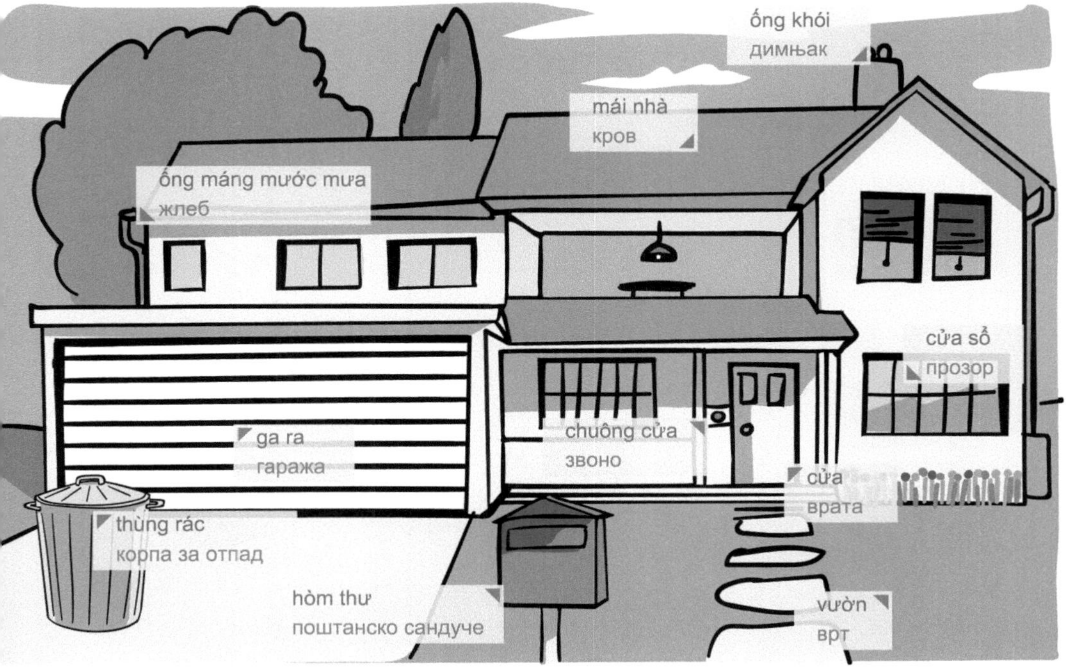
ống khói
димњак
mái nhà
кров
ống máng nước mưa
жлеб
cửa sổ
прозор
ga ra
гаража
chuông cửa
звоно
cửa
врата
thùng rác
корпа за отпад
hòm thư
поштанско сандуче
vườn
врт

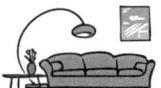

phòng khách

дневна соба

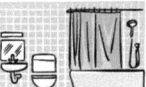

phòng tắm

купаоница

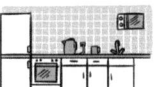

bếp

кухиња

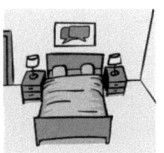

phòng ngủ

спаваћа соба

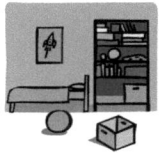

phòng trẻ em

дечија соба

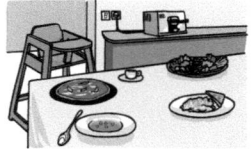

phòng ăn

трпезарија

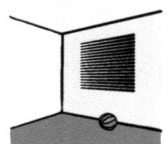

nền nhà

под

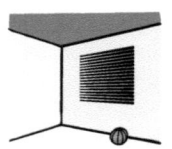

tường

зид

trần nhà

строп

tầng hầm

подрум

tắm hơi

сауна

ban công

балкон

sân hiên

тераса

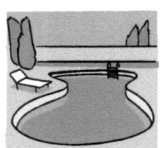

bể bơi

базен

máy cắt cỏ

косилица за траву

khăn trải giường

постељина за кревет

khăn trải giường

дека за кревет

giường

кревет

chổi

метла

cái xô

канта

công tắc điện

прекидач

phòng khách
дневна соба

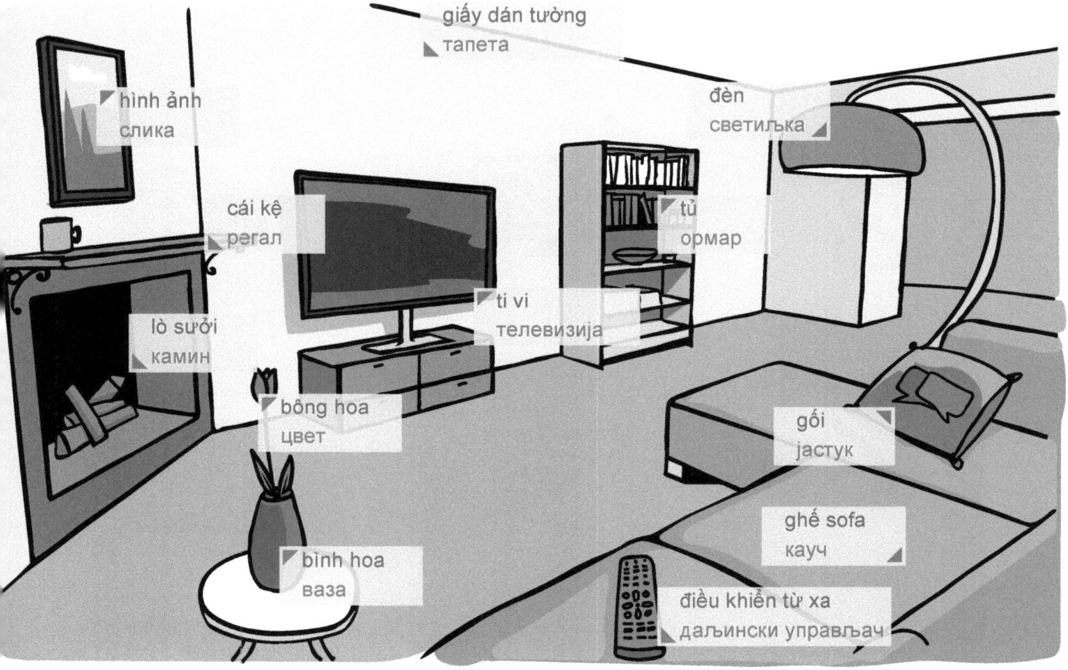

giấy dán tường
тапета
hình ảnh
слика
đèn
светиљка
cái kệ
регал
tủ
ормар
ti vi
телевизија
lò sưởi
камин
bông hoa
цвет
gối
јастук
ghế sofa
кауч
bình hoa
ваза
điều khiển từ xa
даљински управљач

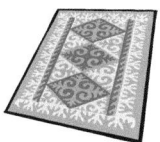

thảm

тепих

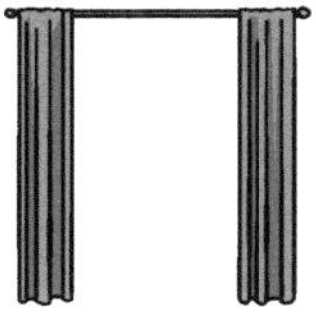

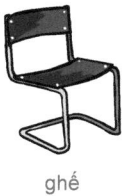

rèm

завеса

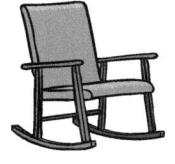

cái bàn

сто

ghế

столица

ghế bập bênh

столица за њихање

ghế bành

фотеља

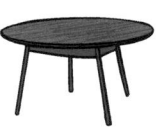

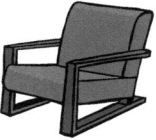

sách

књига

cái chăn

дека

đồ trang trí

декорација

củi

дрво за огрев

phim

филм

máy hi-fi

хи-фи уређај

chìa khóa

кључ

báo

новине

bức tranh

слика на платну

áp phích

постер

radio

радио

sổ ghi chép

блок за писање

máy hút bụi

усисивач

cây xương rồng

кактус

cây nến

свећа

bếp
кухиња

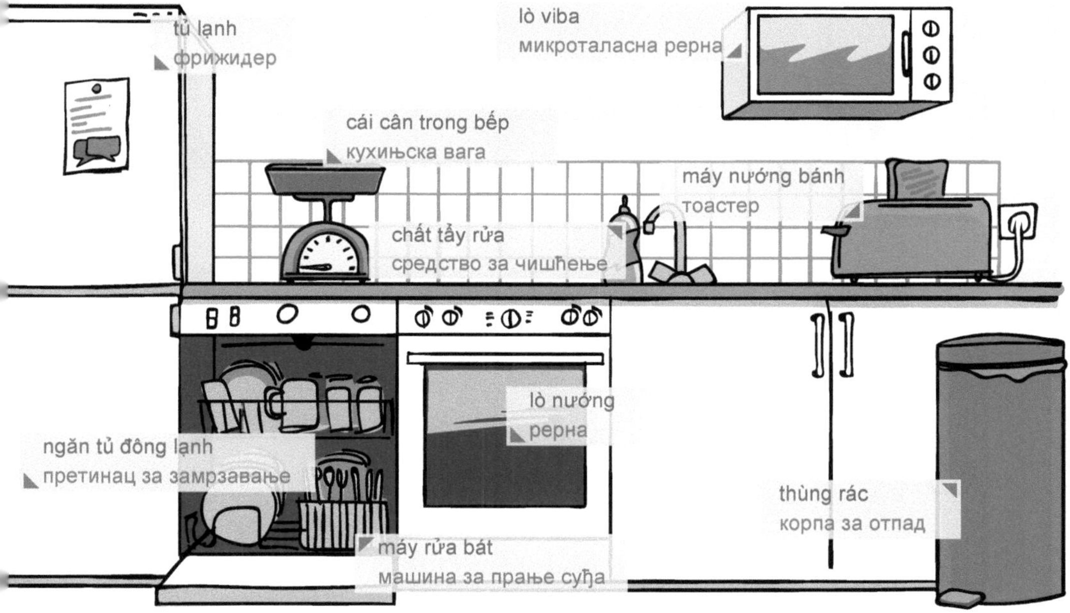

tủ lạnh
фрижидер
lò viba
микроталасна рерна
cái cân trong bếp
кухињска вага
máy nướng bánh
тоастер
chất tẩy rửa
средство за чишћење
lò nướng
рерна
ngăn tủ đông lạnh
претинац за замрзавање
thùng rác
корпа за отпад
máy rửa bát
машина за прање суђа

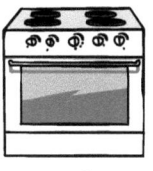

lò nấu

шпорет

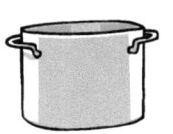

nồi

лонац

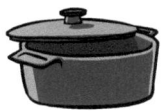

nồi sắt

гвоздени лонац

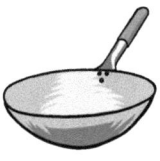

chảo

вок / кадаи

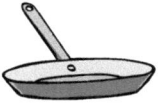

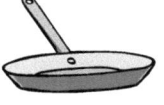

chảo

тава

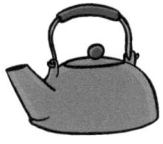

ấm đun nước

кувало за воду

nồi đun hơi

кувало на пару

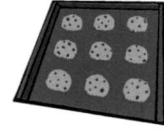

khay lò nướng

лим за печење

bát đĩa

посуђе

cốc

чаша

cái bát

посуда

đũa

штапићи за јело

cái vá

кутлача

bàn xẻng

лопатица

que đánh kem

пењача

rây dùng trong bếp

сито за кување

cái rây lọc

сито

cái nạo

рибеж

vữa

мужар

vỉ nướng

роштиљ

ngọn lửa trần

огњиште

cái thớt

даска

trục cán bột

оклагија

cái mở nút chai

вадичеп

vỏ đồ hộp

конзерва

cái mở vỏ đồ hộp

отварач конзерви

miếng nhấc nồi

крпа за лонац

bồn rửa bát

судопер

bàn chải

четка

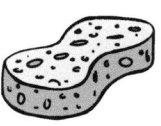

miếng xốp

сунђер

máy xay

миксер

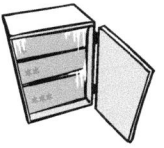

tủ đông lạnh

замрзивач

bình sữa cho trẻ sơ sinh

флашица за бебе

vòi nước

славина за воду

phòng tắm
купаоница

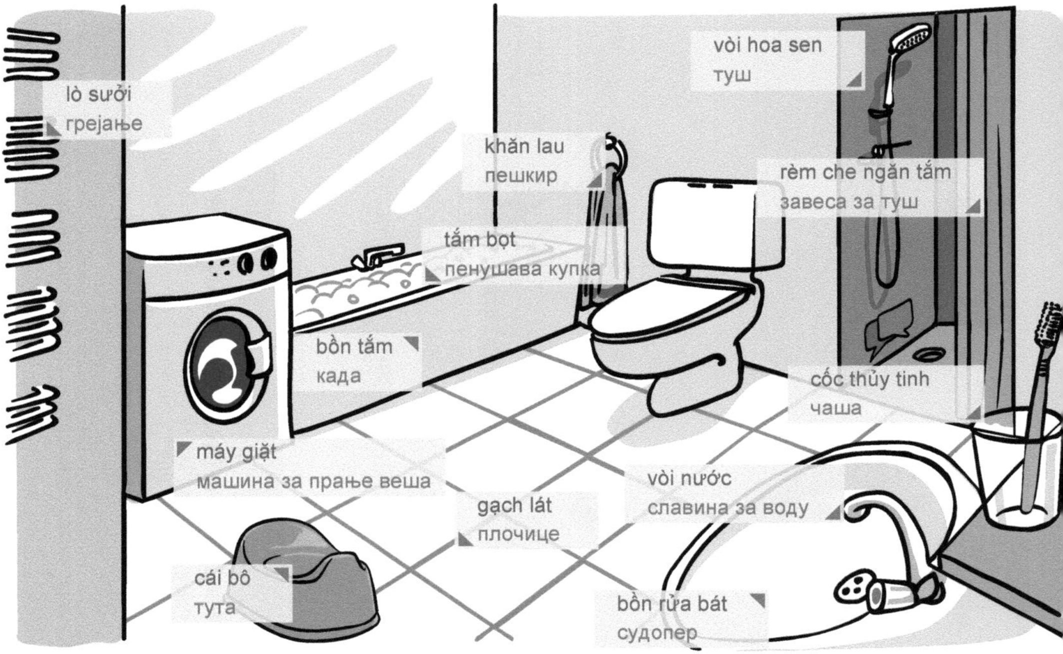
lò sưởi
грејање
vòi hoa sen
туш
khăn lau
пешкир
rèm che ngăn tắm
завеса за туш
tắm bọt
пенушава купка
bồn tắm
када
cốc thủy tinh
чаша
máy giặt
машина за прање веша
vòi nước
славина за воду
gạch lát
плочице
cái bô
тута
bồn rửa bát
судопер

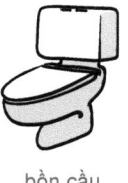

bồn cầu
тоалет

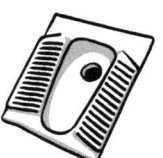

bồn cầu ngồi xổm
чучавац

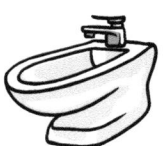

bồn rửa hậu môn
бидет

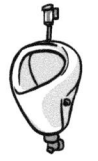

bồn tiểu tiện
писоар

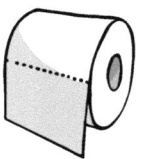

giấy vệ sinh
тоалетни папир

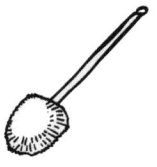

bàn chải cọ bồn cầu
четка за тоалет

bàn chải đánh răng

четкица за зубе

kem đánh răng

паста за зубе

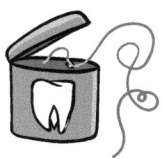

chỉ nha khoa

конац за зубе

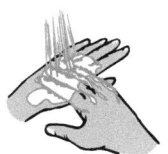

rửa

прати

vòi sen cầm tay

туш ручица

vòi rửa hậu môn

туш за прање интимних делова

bồn rửa

лавор

bàn chải cọ lưng

четка за прање леђа

xà phòng

сапун

sữa tắm

гел за туширање

dầu gội

шампон

khăn cọ để tắm

крпа за прање

lỗ thoát nước

одвод

kem

крема

chất khử mùi

дезодоранс

gương

огледало

gương tay

козметичко огледало

dao cạo râu

бријач

kem cạo râu

пена за бријање

nước thơm dùng sau khi cạo râu

лосион за после бријања

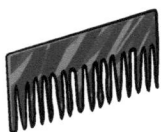

cái lược

чешаљ

bàn chải

четка

máy xấy tóc

фен за косу

keo xịt tóc

спреј за косу

đồ trang điểm

шминка

thỏi son môi

руж за усне

sơn bôi móng

лак за нокте

bông

вата

kéo cắt móng

маказе за нокте

nước hoa

парфем

túi đựng đồ tắm

козметичка торбица

ghế đầu

столица

cái cân

вага

áo choàng tắm

огртач

găng tay làm vệ sinh

рукавице за чишћење

nút gạc

тампон

băng vệ sinh

уложак

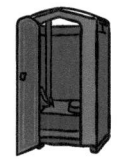

nhà vệ sinh hóa chất

хемијски тоалет

phòng trẻ em
дечија соба

đồng hồ báo thức
будилник
thú bông
плишана играчка
xe đồ chơi
ауто играчка
cái lúc lắc
звечка
nhà búp bê
кућица за лутке
món quà
поклон

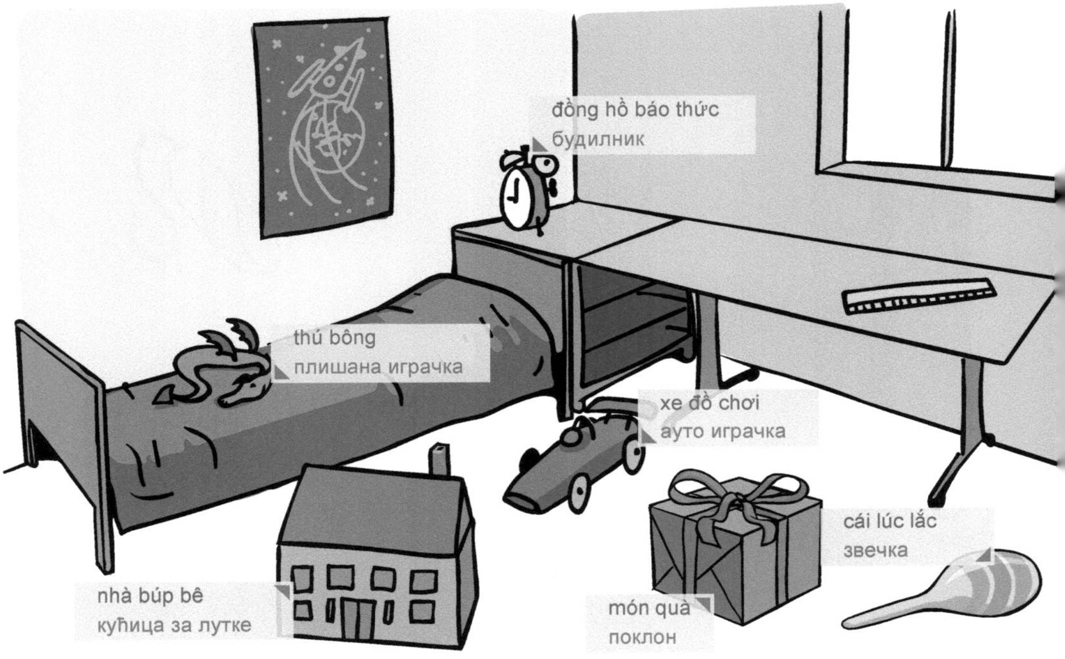

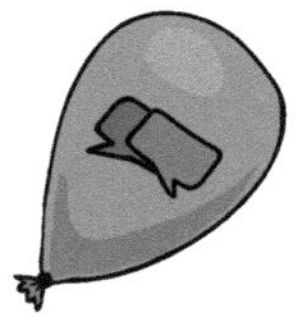

bong bóng

балон

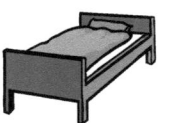

giường

кревет

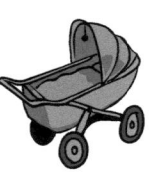

xe nôi

дјечија колица

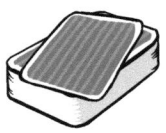

trò chơi bài

игра са картама

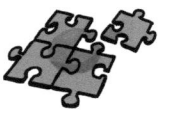

trò chơi ghép hình

слагалица

SUPER
MEGA

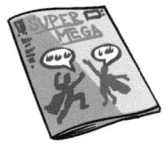

truyện tranh

стрип

gạch Lego

лего коцкице

khối xếp hình

коцкице за слагање

nhân vật hành động

акциони јунак

áo liền quần cho trẻ sơ sinh

бенкица за бебе

đĩa nhựa để ném

фризби

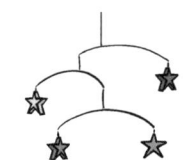

đồ chơi treo trên giường

висеће играчке

trò chơi cờ bàn

друштвене игре

xúc xắc

коцка

đồ chơi xe lửa mô hình

минијатурна жељезница

ti giả

дуда

buổi tiệc

забава

sách tranh

сликовница

quả bóng

лопта

búp bê

лутка

chơi

играти

hố cát

пешчаник

cái đu

љуљачка

đồ chơi

играчка

máy chơi game cầm tay

конзола за игре

xe ba bánh

трицикл

gấu bông

теди

tủ quần áo

ормар

y phục

одећа

bít tất

кратке чарапе

bít tất dài

чарапе

quần tất

хулахопке

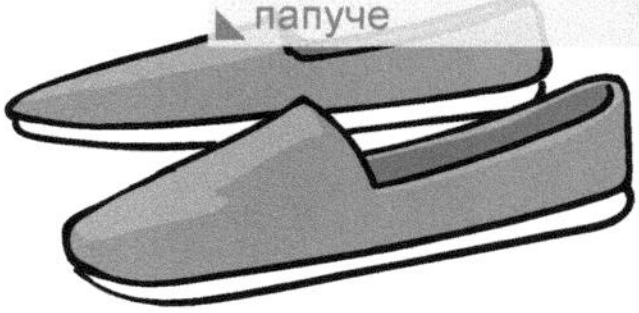

khăn choàng cổ
шал

ô che mưa
кишобран

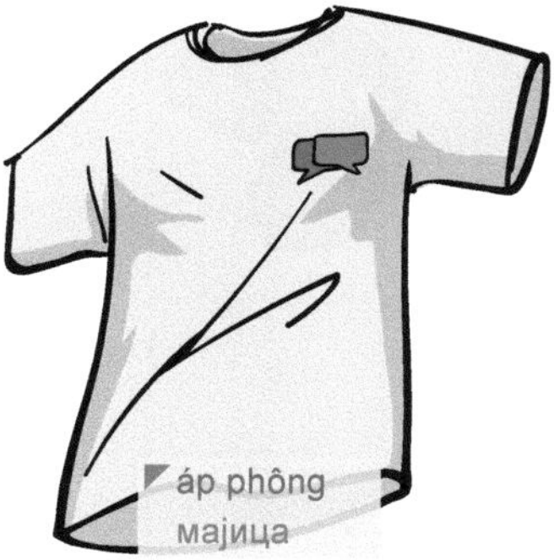

áp phông
мајица

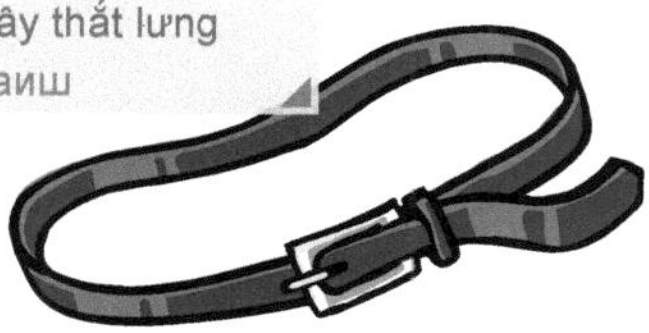

dây thắt lưng
каиш

ủng
чизме

dép đi trong nhà
папуче

giày sneaker
патике

dép xăng đan
сандале

giày
ципеле

ủng cao su
гумене чизме

quần lót
гаћице

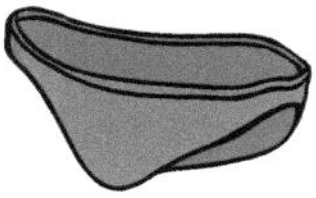

áo ngực
грудњак

áo vest
поткошуља

áo ôm sát cơ thể

боди

quần dài

панталоне

quần bò

фармерке

váy

сукња

áo cánh

блуза

áo sơ mi

кошуља

áo len chui đầu

џемпер

áo len

џемпер с капуљачом

áo blazer

сако

áo jacket

јакна

áo khoác

мантил

áo mưa

кабаница

trang phục

костим

áo váy

хаљина

áo cưới

венчаница

bộ com lê

одело

áo ngủ

спаваћица

pijama

пиџама

trang phục sari

сари

khăn trùm đầu

марама за главу

khăn đội đầu

турбан

áo burka

бурка

áo captan

кафтан

áo aba

абаја

quần áo bơi

купаћи костим

quần bơi

купаће гаћице

quần đùi

кратке панталоне

quần áo tracksuit

одећа за тренинг

tạp dề

кецеља

găng tay

рукавице

cái cúc

дугме

kính mắt

наочаре

vòng đeo tay

наруквица

vòng cổ

огрлица

nhẫn

прстен

hoa tai

наушница

mũ lưỡi trai

капа

cái mắc treo áo quần

вешалица

mũ

шешир

cà vạt

кравата

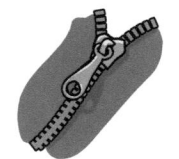

dây kéo phéc mơ tuya

патент затварач

mũ bảo hiểm

кацига

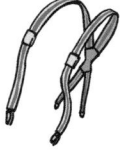

dây đeo quần

нараменице

đồng phục học sinh

школска униформа

đồng phục

униформа

yếm trẻ em

подбрадак

ti giả

дуда

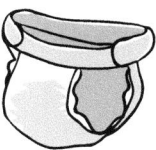

tã lót

пелена

văn phòng
канцеларија

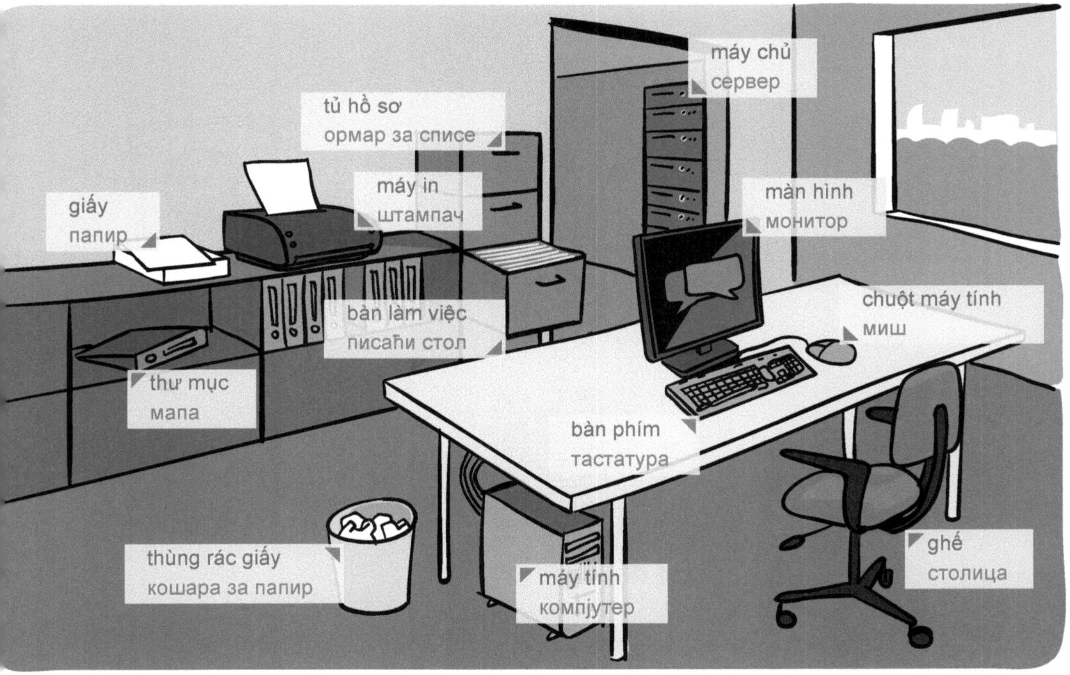

máy chủ
сервер

tủ hồ sơ
ормар за списе

máy in
штампач

màn hình
монитор

giấy
папир

chuột máy tính
миш

bàn làm việc
писаћи сто

thư mục
мапа

bàn phím
тастатура

thùng rác giấy
кошара за папир

ghế
столица

máy tính
компјутер

cốc cà phê

шалица за каву

máy tính bỏ túi

калкулатор

internet

интернет

laptop

лаптоп

thư

писмо

tin nhắn

порука

điện thoại di động

мобилни телефон

mạng

мрежа

máy photocopy

уређај за копирање

phần mềm

софтвер

điện thoại

телефон

ổ cắm điện

утичница

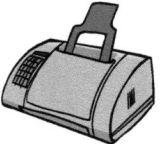

máy fax

факс

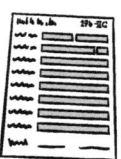

mẫu đơn

формулар

chứng từ

документ

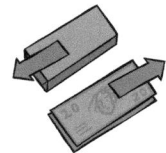

mua
купoffати

trả tiền
платити

buôn bán
трговати

tiền
новац

đô la
долар

Euro
евро

yên
јен

rúp
рубља

franc Thụy Sĩ
швајцарски франак

nhân dân tệ
ренминдби јуан

rupi
рупија

máy rút tiền tự động
аутомат за новац

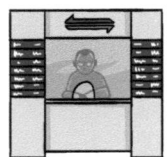

quầy đổi tiền

мењачница

vàng

злато

bạc

сребро

dầu

нафта

năng lượng

енергија

giá tiền

цена

hợp đồng

уговор

thuế

порез

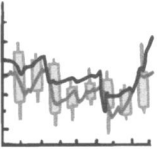

cổ phiếu

деонице

làm việc

радити

nhân viên

службеник

chủ lao động

послодавац

nhà máy

фабрика

cửa hiệu

продавница

nghề nghiệp
занимања

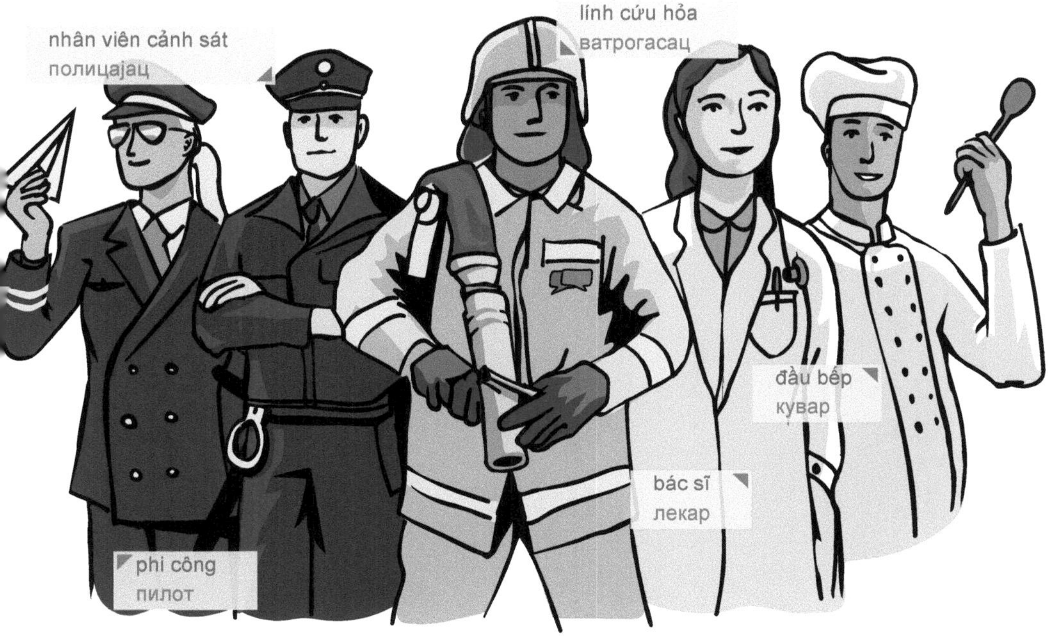

nhân viên cảnh sát
полицајац
lính cứu hỏa
ватрогасац
đầu bếp
кувар
bác sĩ
лекар
phi công
пилот

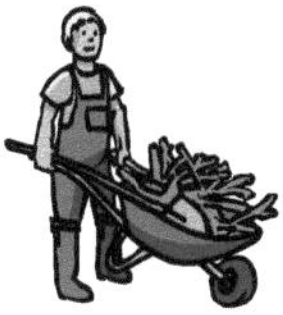

người làm vườn

вртлар

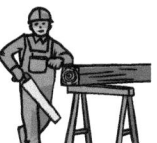

thợ mộc

столар

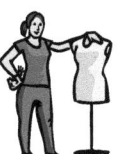

thợ may

кројачица

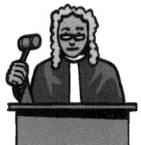

chánh án

судија

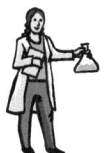

nhà hóa học

хемичар

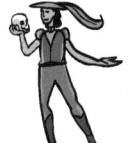

diễn viên

глумац

tài xế xe buýt

возач аутобуса

người lái taxi

возач таксија

ngư dân

рибар

người lau dọn vệ sinh

чистачица

thợ lợp mái nhà

кровопокривач

bồi bàn

конобар

thợ săn

ловац

họa sĩ

сликар

thợ làm bánh

пекар

thợ điện

електричар

thợ xây dựng

грађевински радник

kỹ sư

инжењер

người hàng thịt

месар

thợ sửa ống nước

лимар

người đưa thư

поштар

người lính

војник

kiến trúc sư

архитекта

nhân viên thu ngân

благајник

người bán hoa

цвећар

thợ cắt tóc

фризер

nhân viên soát vé

кондуктер

thợ cơ khí

механичар

thuyền trưởng

капетан

nha sĩ

зубар

nhà khoa học

научник

giáo sĩ Do thái

раби

lãnh tụ Hồi giáo

имам

nhà sư

монах

mục sư

свећеник

dụng cụ
алати

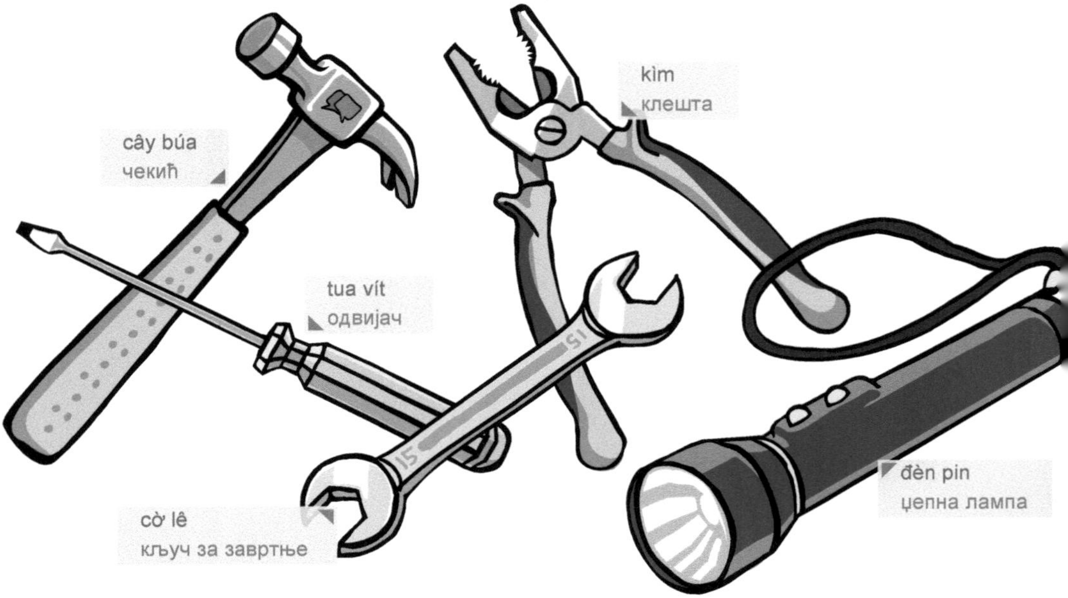

cây búa
чекић
kìm
клешта
tua vít
одвијач
cờ lê
кључ за завртње
đèn pin
џепна лампа

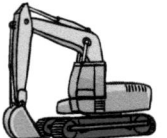

máy xúc đất

багер

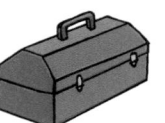

hộp dụng cụ

кутија за алат

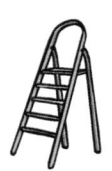

cái thang

мердевине

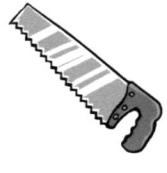

cưa

пила

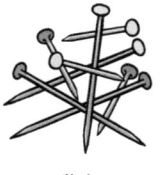

đinh

ексер

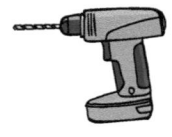

máy khoan

бушилица

sửa chữa

поправити

cái xẻng

лопата

khốn nạn!

до ђавола!

cái hót rác

лопатица

thùng sơn

лонац за боју

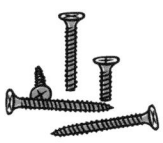

vít

завртањи

nhạc cụ
музички инструмент

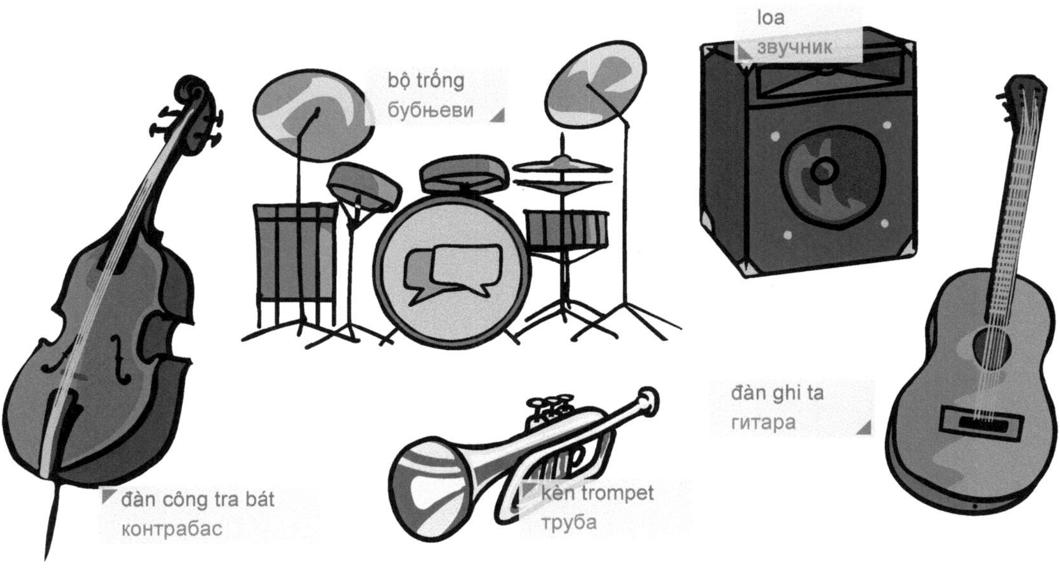

loa
звучник

bộ trống
бубњеви

đàn ghi ta
гитара

đàn công tra bát
контрабас

kèn trompet
труба

đàn piano

клавир

đàn vĩ cầm

виолина

ghi ta bass

бас

trống định âm

тимпани

trống

ударљке за бубњеве

đàn organ

типке клавира

kèn Saxophone

саксофон

sáo

флаута

micro

микрофон

vườn bách thú

зоолошки врт

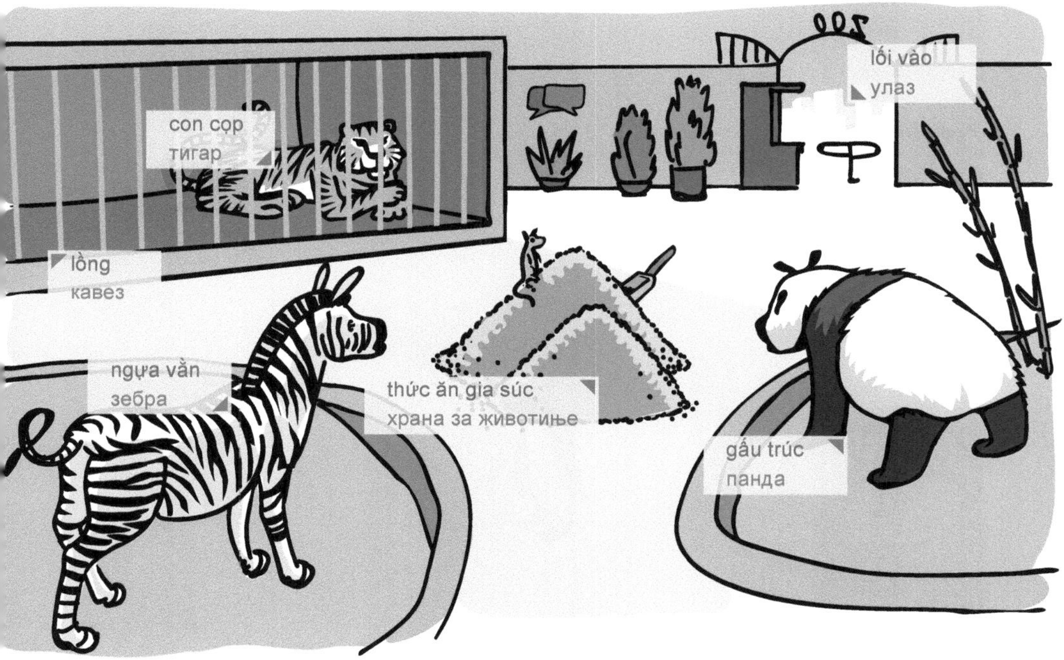
con cọp
тигар
lối vào
улаз
lồng
кавез
ngựa vằn
зебра
thức ăn gia súc
храна за животиње
gấu trúc
панда

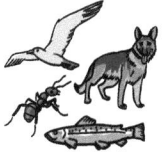

động vật

животиње

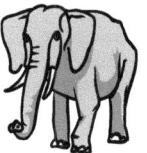

con voi

слон

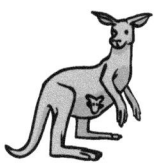

chuột túi

кенгур

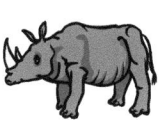

tê giác

носорог

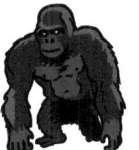

khỉ đột

горила

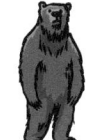

con gấu

медвед

lạc đà

камила

đà điểu

ној

sư tử

лав

con khỉ

мајмун

hồng hạc

фламинго

con vẹt

папагај

gấu bắc cực

поларни медвед

chim cánh cụt

пингвин

cá mập

ајкула

con công

паун

con rắn

змија

cá sấu

крокодил

người trông giữ vườn bách thú

чувар у зоолошком врту

hải cẩu

туљан

báo đốm

јагуар

ngựa lùn

пони

con báo

леопард

hà mã

нилски коњ

hươu cao cổ

жирафа

đại bàng

орао

heo rừng

дивља свиња

cá

риба

con rùa

корњача

hải mã

морж

con cáo

лисица

linh dương

газела

bóng bầu dục Mỹ
амерички ногомет

đua xe đạp
бициклизам

quần vợt
тенис

bóng rổ
кошарка

bơi
пливање

đấm bốc
бокс

khúc côn cầu trên băng
хокеј на леду

bóng đá
фудбал

cầu lông
бадминтон

điền kinh
атлетика

bóng ném
рукомет

trượt tuyết
скијање

polo
поло

cười
смејати се

nhảy
скочити

ôm
загрлити

đi bộ
ићи

ca hát
певати

mơ
сањати

cầu nguyện
молити се

hôn
пољубити

viết
писати

vẽ
цртати

chỉ trỏ
показати

đẩy
гурати

cho
дати

lấy đi
узети

có
имати

làm
чинити

thì / là
бити

đứng
стојати

chạy
трчати

kéo
повлачити

ném
бацити

rơi
падати

nằm
лежати

chờ đợi
чекати

mang vác
носити

ngồi
седити

mặc quần áo
облачити

ngủ
спавати

thức dậy
пробудити се

xem

гледати

khóc

плакати

vuốt ve

миловати

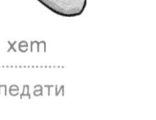

chải

чешљати

nói chuyện

говорити

hiểu

разумети

câu hỏi

питати

nghe

слушати

uống

пити

ăn

јести

dọn dẹp

поспремити

yêu

волети

nấu nướng

кухати

lái xe

возити

bay

летети

các hoạt động - активности

đi thuyền buồm

пловити

tính toán

рачунати

đọc

читати

học

учити

làm việc

радити

cưới

венчати се

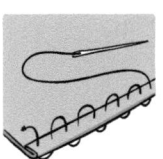

khâu vá

шити

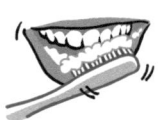

đánh răng

прати зубе

giết

убити

hút thuốc

пушити

gửi đi

послати

bà nội (ngoại)
баба

ông nội (ngoại)
деда

cha
отац

mẹ
мајка

trẻ con
беба

con gái
кћерка

con trai
син

khách

гост

cô (dì)

тетка

chú, bác (cậu)

ујак, стриц

anh (em) trai

брат

chị (em) gái

сестра

cơ thể

тело

trán
чело
mắt
око
vai
раме
ngón tay
прст
mặt
лице
cằm
брада
bàn tay
рука
chân
нога
ngực
груди
cánh tay
рука

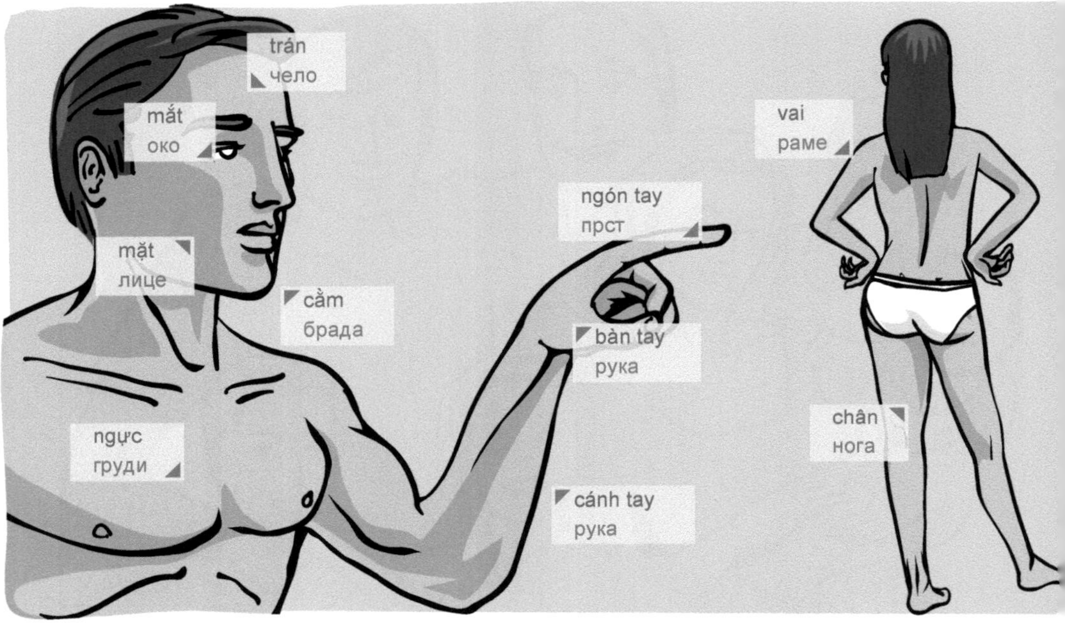

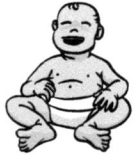

trẻ con

беба

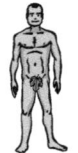

đàn ông

мушкарац

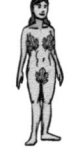

phụ nữ

жена

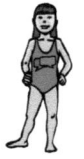

bé gái

девојчица

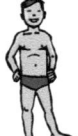

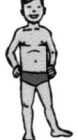

bé trai

дечак

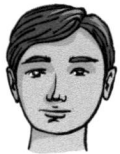

đầu

глава

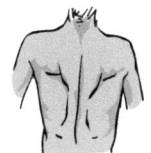

lưng
леђа

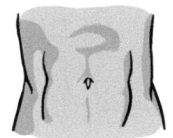

bụng
стомак

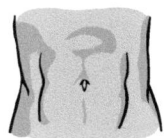

rốn
пупак

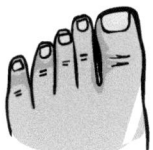

ngón chân
ножни прст

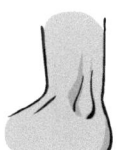

gót chân
пета

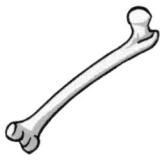

xương
кост

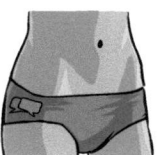

hông
кукови

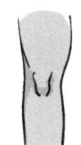

đầu gối
колено

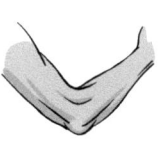

khuỷu tay
лакат

mũi
нос

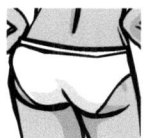

mông
задњица

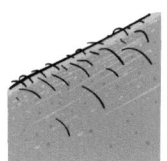

da
кожа

má
образ

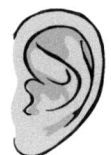

tai
уво

môi
усна

miệng

уста

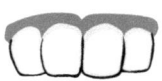

răng

зуб

lưỡi

језик

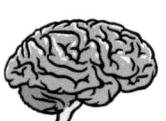

não

мозак

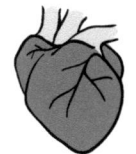

tim

срце

cơ bắp

мишић

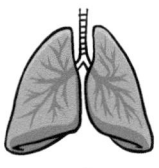

phổi

плућа

gan

јетра

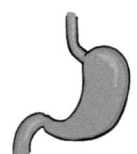

dạ dày

желудац

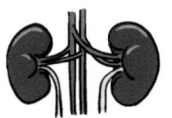

thận

бубрези

giao hợp

полни однос

bao cao su

кондом

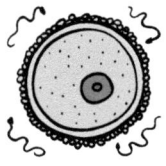

noãn

јајна ћелија

tinh dịch

сперма

mang thai

трудноћа

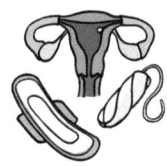

kinh nguyệt

менструација

âm vật

вагина

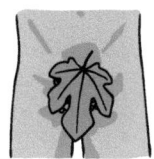

dương vật

пенис

lông mày

обрва

tóc

коса

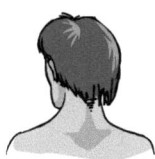

cổ

врат

bệnh viện
болница

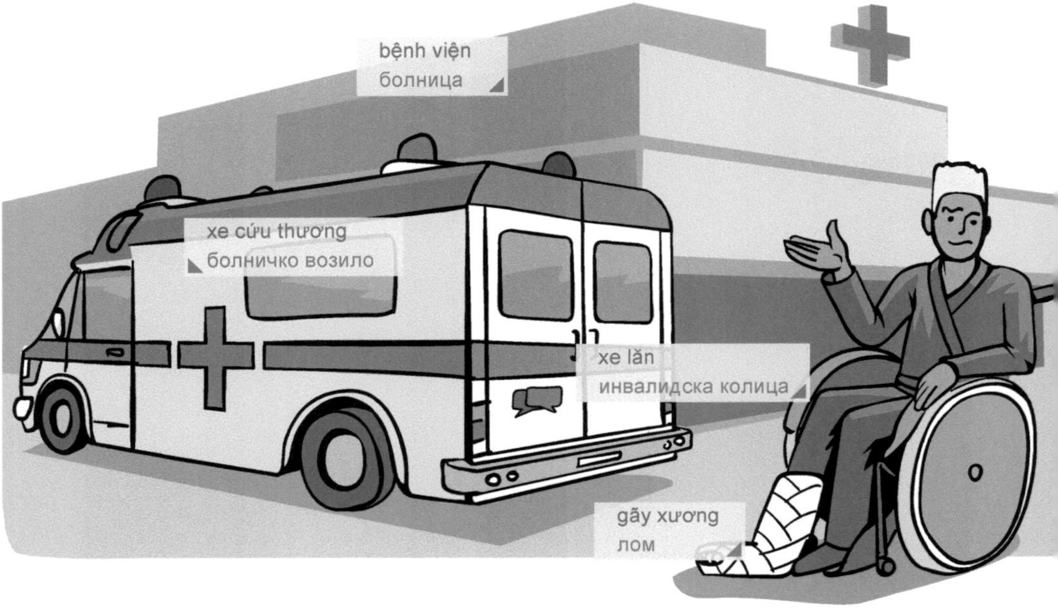

bệnh viện
болница
xe cứu thương
болничко возило
xe lăn
инвалидска колица
gãy xương
лом

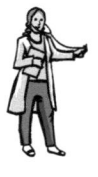

bác sĩ

лекар

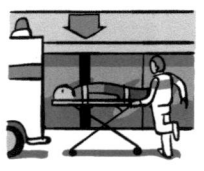

phòng cấp cứu

хитна медицинска служба

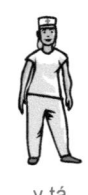

y tá

медицинска сестра

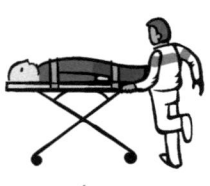

cấp cứu

хитни случај

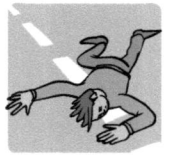

bất tỉnh

несвест

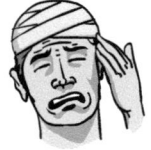

cơn đau

бол

bị thương

повреда

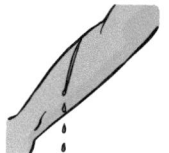

chảy máu

крварење

nhồi máu cơ tim

срчани удар

đột quỵ

удар

dị ứng

алергија

ho

кашаљ

sốt

грозница

cúm

грипа

tiêu chảy

пролив

đau đầu

главобоља

ung thư

рак

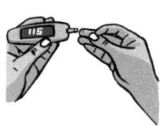

bệnh tiểu đường

дијабетес

bác sĩ phẫu thuật

хирург

dao mổ

скалпел

giải phẫu

операција

chụp cắt lớp

цт

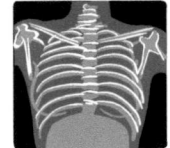

chụp x-quang

рентген

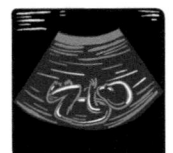

siêu âm

ултразвук

mặt nạ

маска

bệnh

болест

phòng đợi

чекаона

cái nạng

штака

băng dán vết thương

фластер

băng bó

завоj

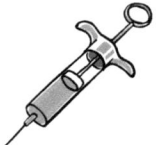

tiêm thuốc

ињекција

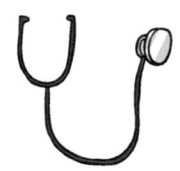

ống nghe khám bệnh

стетоскоп

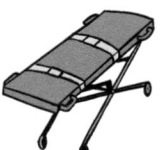

băng ca

носила

nhiệt kế

термометар

sinh đẻ

porђење

thừa cân

прекомерна тежина

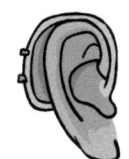

máy trợ thính

слушни апарат

chất khử trùng

средство за дезинфекцију

nhiễm trùng

инфекција

vi rút

вирус

HIV / AIDS

хив / аидс

thuốc

медицина

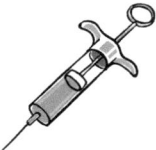

tiêm chủng

вакцинација

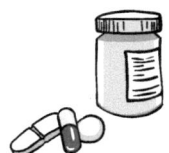

thuốc viên

таблете

viên thuốc

пилула

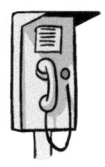

gọi cấp cứu

хитни позив

máy đo huyết áp

уређај за мерење притиска

bệnh / khỏe mạnh

болесно / здраво

cứu!

помоћ!

báo động

аларм

cuộc đột kích

насртај

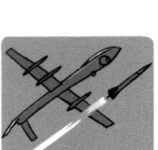

sự tấn công

напад

mối nguy hiểm

опасност

lối thoát hiểm

излаз у случају нужде

cháy!

пожар!

bình chữa cháy

противпожарни апарат

tai nạn

незгоца

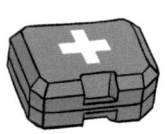

bộ dụng cụ sơ cứu

кутија прве помоћи

SOS

сос

cảnh sát

полиција

châu Âu

Европа

Bắc Mỹ

Северна Америка

Nam Mỹ

Јужна Америка

châu Phi

Африка

châu Á

Азија

châu Úc

Аустралија

Đại Tây Dương

Атлантик

Thái Bình Dương

Пацифик

Ấn Độ Dương

Индијски океан

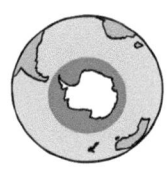

Nam Cực Dương

Антарктички океан

Bắc Băng Dương

Арктички океан

bắc cực

Северни рол

nam cực

Јужни рол

nam cực

Антарктик

trái đất

земља

đất liền

земља

biển

море

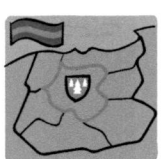

đảo

оток

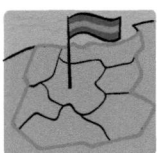

quốc gia

нација

nhà nước

држава

mặt đồng hồ

бројчаник сата

kim chỉ giờ

сатна казаљка

kim chỉ phút

минутна казаљка

kim chỉ giây

секундна казаљка

Bây giờ là mấy giờ?

Колико је сати?

ngày

дан

thời gian

време

bây giờ

сада

đồng hồ điện tử

дигитални сат

phút

минута

giờ

час

tuần lễ
седмица

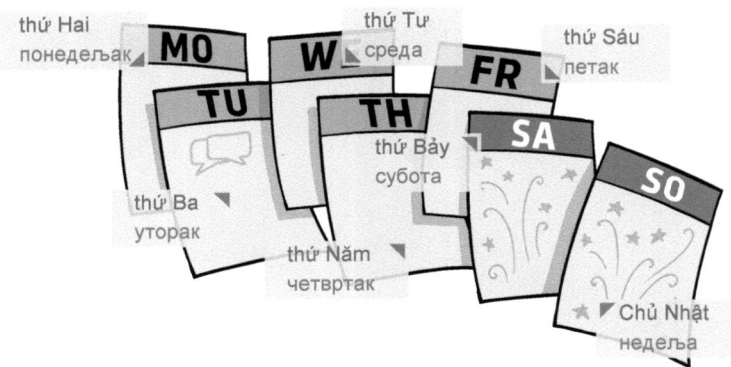

thứ Hai / понедељак — MO
thứ Ba / уторак — TU
thứ Tư / среда — W
thứ Năm / четвртак — TH
thứ Sáu / петак — FR
thứ Bảy / субота — SA
Chủ Nhật / недеља — SO

hôm qua
jуче

hôm nay
данас

ngày mai
сутра

buổi sáng
jутро

buổi trưa
подне

buổi tối
вече

MO	TU	WE	TH	FR	SA	SU
1	2	3	4	5	6	7
8	9	10	11	12	13	14
15	16	17	18	19	20	21
22	23	24	25	26	27	28
29	30	31	1	2	3	4

ngày làm việc
радни дани

MO	TU	WE	TH	FR	SA	SU
1	2	3	4	5	6	7
8	9	10	11	12	13	14
15	16	17	18	19	20	21
22	23	24	25	26	27	28
29	30	31	1	2	3	4

cuối tuần
викенд

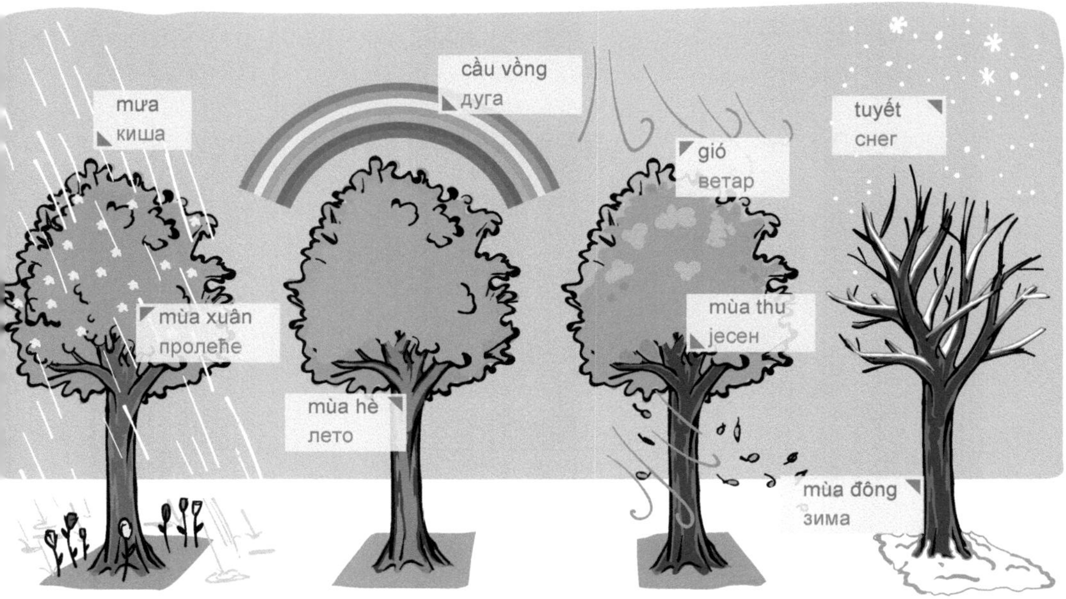

mưa
киша

cầu vồng
дуга

gió
ветар

tuyết
снег

mùa xuân
пролеће

mùa hè
лето

mùa thu
јесен

mùa đông
зима

dự báo thời tiết

метеоролошка прогноза

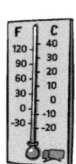

nhiệt kế

термометар

ánh nắng

сунчана светлост

mây

облак

sương mù

магла

độ ẩm không khí

влажност ваздуха

tia chớp

муња

sấm sét

грмљавина

cơn bão

олуја

mưa đá

туча

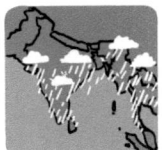

gió mùa

монсун

lũ lụt

поплава

nước đá

лед

tháng Một

јануар

tháng Hai

фебруар

tháng Ba

март

tháng Tư

април

tháng Năm

мај

tháng Sáu

јуни

tháng Bảy

јули

tháng Tám

август

tháng Chín
....
септембар

tháng Mười
....
октобар

tháng Mười Một
....
новембар

tháng Mười Hai
....
децембар

hình dạng
облици

hình tròn
....
круг

hình vuông
....
квадрат

hình chữ nhật
....
правоугао

hình tam giác
....
троугао

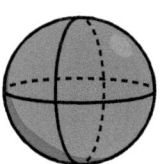

hình cầu
....
кугла

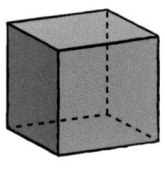

khối vuông
....
коцка

màu trắng

бела

màu vàng

жута

màu cam

наранџаста

màu hồng

ружичаста

màu đỏ

црвена

màu tím

љубичаста

màu xanh dương

плава

màu xanh lá cây

зелена

màu nâu

смеђа

màu xám

сива

màu đen

црна

nhiều / ít

много / мало

tức tối / điềm tĩnh

љутито / мирно

xinh đẹp / xấu xí

лепо / ружно

bắt đầu / kết thúc

почетак / крај

to / nhỏ

велико / малено

sáng / tối

светло / тамно

anh (em) trai / chị (em) gái

брат / сестра

sạch / bẩn

чисто / прљаво

đủ / thiếu

потпуно / непотпуно

ngày / đêm

дан / ноћ

chết / sống

мртво / живо

rộng / chật hẹp

широко / уско

ăn được / không ăn được

jестиво / неjестиво

ác / tử tế

зло / добро

hào hứng / chán nản

узбуђено / досадно

béo / gầy

дебело / мршаво

đầu tiên / cuối cùng

на почетку / на краjу

bạn / thù

приjатељ / неприjатељ

đầy / rỗng

пуно / празно

cứng / mềm

тврдо / мекано

nặng / nhẹ

тешко / лагано

đói / khát

глад / жеђ

bệnh / khỏe mạnh

болесно / здраво

bất hợp pháp / hợp pháp

илегално / легално

thông minh / ngu

паметно / глупо

trái / phải

лево / десно

gần / xa

близу / далеко

mới / cũ

ново / половно

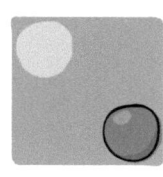

không có gì cả / có cái gì đó

....

ништа / нешто

già / trẻ

старо / младо

bật / tắc

укључено / искључено

mở / đóng

отворено / затворено

im lặng / ồn ào

тихо / гласно

giàu / nghèo

богато / сиромашно

đúng / sai

тачно / погрешно

sần sùi / mịn màng

храпаво / глатко

buồn / vui

тужно / сретно

ngắn / dài

кратко / дуго

chậm / nhanh

полако / брзо

ẩm ướt / khô ráo

мокро / сухо

ấm áp / mát mẻ

топло / хладно

chiến tranh / hòa bình

рат / мир

0

số không
....
нула

1

một
....
jeдан

2

hai
....
два

3

ba
....
три

4

bốn
....
четири

5

năm
....
пет

6

sáu
....
шест

7

bảy
....
седам

8

tám
....
осам

9

chín
....
девет

10

mười
....
десет

11

mười một
....
jeданаест

12
mười hai
дванаест

13
mười ba
тринаест

14
mười bốn
четрнаест

15
mười lăm
петнаест

16
mười sáu
шестнаест

17
mười bảy
седамнаест

18
mười tám
осамнаест

19
mười chín
деветнаест

20
hai mươi
двадесет

100
một trăm
стотину

1.000
một ngàn
хиљаду

1.000.000
một triệu
милион

tiếng Anh

енглески

tiếng Anh Mỹ

амерички енглески

tiếng Quan Thoại

мандарински кинески

tiếng Hin-di

хиндски

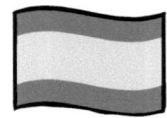

tiếng Tây Ban Nha

шпански

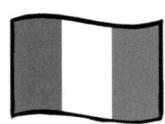

tiếng Pháp

француски

tiếng Ả-rập

арапски

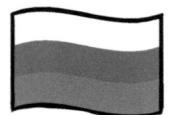

tiếng Nga

руски

tiếng Bồ Đào Nha

португалски

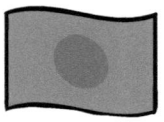

tiếng Bengal

бенгалски

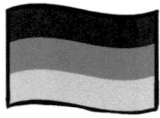

tiếng Đức

немачки

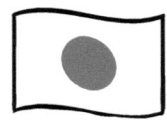

tiếng Nhật

јапански

tôi

ja

bạn

ти

anh ta / cô ta / nó

он / она / оно

chúng tôi

ми

các bạn

ви

họ

они

ai?

Ко?

cái gì?

Шта?

như thế nào?

Како?

ở đâu?

Где?

lúc nào?

Када?

tên

име

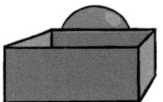

phía sau

иза

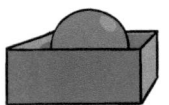

ở trong

у

phía trước

испред

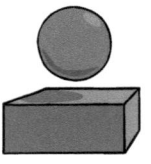

phía trên

преко

ở trên

на

ở dưới

испод

bên cạnh

поред

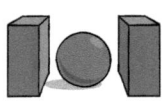

ở giữa

између

chỗ

место